അവള്‍

അനൂപ് എസ്

pencil

ISBN 978-93-5667-091-4
© ANOOP S 2022
Published in India 2022 by Pencil

Contributors:
Editor: SUMI MONCY
Editor: SREELAKSHMI SOMAN
Editor: ADV: BHAVYA BINU

A brand of
One Point Six Technologies Pvt. Ltd.
123, Building J2, Shram Seva Premises,
Wadala Truck Terminal, Wadala (E)
Mumbai 400037, Maharashtra, INDIA
E connect@thepencilapp.com
W www.thepencilapp.com

Author biography

അനൂപ് എസ്

കേരളത്തിലെ ഒരു കൊച്ചു ഗ്രാമമായ ചിറ്റാർ എന്ന സ്ഥലത്ത് (പത്തനംതിട്ട ജില്ല) ഇന്ദിര നിവാസിൽ ശ്രീ സുവർണ്ണന്റെയും ശ്രീമതി മിനി സുവർണ്ണന്യും മൂത്ത പുത്രനായി 1995ൽ ജനിച്ചു. ഒന്നാം തരം തൊട്ട് പ്ലസ് ടു തരം വരെ ചിറ്റാർ ഗവൺമെന്റ് സ്കൂളിൽ പഠനം പൂർത്തികരിച്ചു. കലാലയ ജീവിതം തുടങ്ങിയത് 2014ലാണ് മുസലിയാർ കോളേജ് ഓഫ് എൻജിനീയറിങ് ആൻഡ് ടെക്നോളജിയിൽ

ബിടെക് കമ്പ്യൂട്ടർ സയൻസ് വിദ്യാർത്ഥിയായി. കൂടാതെ ഇന്ദിരാഗാന്ധി നാഷണൽ ഓപ്പൺ യൂണിവേഴ്സിറ്റിയിൽ ബി എ ഇംഗ്ലീഷിനും ചേർന്നു . പിന്നീട് പല സ്ഥലങ്ങളിൽ ആയി ജോലി ചെയ്തു . 9 മാസത്തോളം സുഹൃത്തുക്കളുടെ കമ്പനിയായ പെന്റാ ജെന്റ് ടെക്നോളജി പ്രൈവറ്റ് ലിമിറ്റഡില് ജോലി ചെയ്തു.

അതുകഴിഞ്ഞ് എറണാകുളത്ത് ഒരു പ്രൈവറ്റ് കമ്പനിയിൽ ആൻഡ്രോയ്ഡ് ആപ്ലിക്കേഷൻ ഡെവലപ്മെൻറ അധ്യാപകനായി ഒരു വർഷത്തോളം ജോലി നോക്കി. പിന്നീട് സ്വന്തമായി ഒരു സ്ഥാപനം തുടങ്ങി ടെക്സേയ്സ് സോഫ്റ്റ്വെയർ സൊല്യൂഷൻസ് പ്രൈവറ്റ് ലിമിറ്റഡ്, വിധി എന്ന് പറയട്ടെ കോവിഡ് കാലം അപഹരിച്ചു അതിനെ ഏകദേശം ആറുമാസമായപ്പോൾ കമ്പനി പൂട്ടേണ്ടി വന്നു. പിന്നീട് വടശ്ശേരിക്കര അക്ഷയ കേന്ദ്രത്തിൽ ജോലി നോക്കി അതിനിടയിലാണ് ഇന്ത്യ ബുക്ക് ഓഫ് റെക്കോർഡ് ,ഏഷ്യ ബുക്ക് ഓഫ് റെക്കോർഡ് എന്നിവ തേടി വന്നത്. ഇന്ത്യയിൽ ഏറ്റവും വേഗതയിൽ ഇടത്തെ

ചെവി ചലിപ്പിച്ചാണ് റെക്കോർഡ് കരസ്ഥമാക്കിയത്. ആൻഡ്രോയ്ഡ് ഡെവലപ്പർ ,അധ്യാപകൻ, കവി,കഥാകൃത്ത്, അക്ഷയ ജീവനക്കാരൻ, ആധാർ ഓപ്പറേറ്റർ എന്നീ പല മേഖലയിൽ പരിചയ സമ്പത്ത് നേടി. യാത്രകളെ ഏറെ സ്നേഹിച്ചു കലാലയ ജീവിതത്തിൽ കൂട്ടുകാരുമൊത്ത് പലസ്ഥലങ്ങളിൽ യാത്ര ചെയ്തു. ചെറുപ്പം മുതലേ കഥകളോടും കവിതകളോടും കൂട്ടുകൂടി ബാല്യകാലത്തുതന്നെ പ്രകൃതിയോട് ചേർന്നുള്ള ജീവിതമായിരുന്നു ഏതാണ്ട് എട്ടാംതരം തൊട്ടാണ് കവിതകൾ എഴുതാൻ തുടങ്ങിയത്. പള്ളിക്കൂടത്തിൽ നിന്ന് വീട്ടിലേക്ക് ഏകദേശം നാല്-അഞ്ച് മൈൽ ദൂരം ഉണ്ട്, നടന്നാണ് പോക്ക് .ചില ദിവസങ്ങളിൽ ഒറ്റയ്ക്കും മറ്റു ചില ദിവസങ്ങളിൽ സുഹൃത്തുക്കൾക്കും ഒപ്പം. ഒറ്റയ്ക്ക് പോകുന്ന ദിവസങ്ങളിൽ തോടിനോടും കിളികളോടും ഒക്കെ സംസാരിച്ചു കവിതകൾ മനസ്സിൽ കുറിച്ചുമാണ് പോക്ക്. പിറ്റേദിവസം ആ കവിതകൾ കൂട്ടുകാരികളെ കൊണ്ട് ഡയറിയിൽ കുറിപ്പിച്ചു വയ്ക്കും. അങ്ങനെ അനേകം കവിതകൾ ആ ചെറു ബാലന്റെ

മനസ്സിൽ ജന്മമെടുത്തു പിന്നീട് വർഷങ്ങൾക്കുശേഷം അവയെല്ലാം ഓർമ്മയിൽ നിന്ന് ചിക്കി തിരഞ്ഞ് കുറച്ചുവെച്ചു. സങ്കടങ്ങളും യാതനകളും നിറഞ്ഞ കൗമാരക്കാലം കഴിഞ്ഞു കവിതകൾ യൗവനത്തിൽ എത്തിയപ്പോൾ ഒരു പുസ്തകം ആക്കി കളയാം എന്ന് തോന്നി. അതാണ് ഈ പ്രസിദ്ധീകരണം.

CONTENTS

Preface

ഓരോ മനുഷ്യനും ജീവിക്കാൻ ഉത്തേജനം നൽകുന്നത് ആഗ്രഹങ്ങളാണ്. തന്റെ ആഗ്രഹങ്ങൾ നേടിയെടുക്കുമ്പോൾ കിട്ടുന്ന സുഖം,10 മാസം നൊന്ത് തന്റെ കുഞ്ഞിനെ പ്രസവിക്കുന്ന അമ്മയ്ക്ക് കിട്ടുന്ന പോലെയാണ്.ആഗ്രഹങ്ങള് ഇല്ലാത്തവരായി ആരുമില്ല അങ്ങനെ ഒരായിരം ആഗ്രഹങ്ങൾക്കിടയിലെ ചെറിയ വലിയ ആഗ്രഹമാണ് ഈ പ്രസിദ്ധീകരണം. വർഷങ്ങൾ കൊണ്ട് മനസ്സിൽ കുറിച്ച വരികൾ പ്രസിദ്ധീകരണത്തിന് വേണ്ടി ചിട്ടപ്പെടുത്തിയപ്പോൾ വല്ലാത്ത ആനന്ദമാണ് എ)നിക്ക് ഉണ്ടായത് വളരെ ചെറിയ ക്ലാസിൽ പഠിക്കുമ്പോഴേ തുടങ്ങിയതാണ് കവിതയോടുള്ള പ്രേമം പക്ഷേ കൂട്ടുകാരുടെ ഇടയിൽ മാത്രമായി എ)ന്റെ കവിതകൾ ഒതുങ്ങി എൻ◌്റെ കവിത ആദ്യം വെളിച്ചം കണ്ടത് ഒരു സ്റ്റേറ്റ് അവാർഡിൽ കൂടെയാണ് അതിൽ

വളരെയധികം സന്തോഷം തോന്നുന്നു. കോളേജിൽ പഠിക്കുമ്പോൾ എൻ എസ് എസ് ന്റെ ആഭിമുഖ്യത്തിൽ നടന്ന "**സ്ത്രീ**" എന്ന വിഷയത്തിലാണ് കവിത ചിട്ടപ്പെടുത്തിയത്. എഴുതുമ്പോൾ ആളുകൾക്ക് ഇഷ്ടപ്പെടുമോ എന്നായിരുന്നു ഒരു ടെൻഷൻ പിന്നീട് അത് മാറി കാരണം ആലയിൽ ഉണ്ടാക്കുന്ന ആയുധങ്ങൾ പലതവണ അടിച്ചു പതം വരുത്തിയാണല്ലോ ഒരു ഉഗ്രൻ ആയുധമായി മാറുന്നത്. അങ്ങനെ പലരുടെയും അഭിപ്രായങ്ങൾ കേട്ട് ഒരു കവിത അവിടെ ഉടലെടുത്തു. "**അവൾ**" എന്ന് നാമകരണവും ചെയ്തു,തിരുവനന്തപുരത്ത് വച്ച് നടന്ന സമ്മേളനത്തിൽ എന്റെ കവിതയ്ക്ക് സ്റ്റേറ്റ് അവാർഡ് കിട്ടി എന്ന് അറിഞ്ഞപ്പോൾ ആദ്യം വിശ്വസിച്ചില്ല ! കാരണം എന്റെ കണ്ണുകൾ കണ്ണീരിനെ മുത്തം വെച്ചിരുന്നു,ആനന്ദം കൊണ്ട് ഒന്നും കാണാൻ പറ്റിയില്ല തപ്പി തടഞ്ഞാണ് സ്റ്റേജിൽ ചെന്ന് കയറിയത്. ഒരു കവിയുടെ മറക്കാനാവാത്ത അനുഭവമായി മാറിയത്.പിന്നെ കലാലയ ജീവിതം കഴിഞ്ഞ് 2022 ലാണ് കവിതകൾ പ്രസിദ്ധീകരിച്ചാലോ എന്ന് ആലോചന വന്നത്. പിന്നെ

രണ്ടാമതൊന്നും ചിന്തിച്ചില്ല കാച്ചിക്കുറുക്കി ചിട്ടപ്പെടുത്തി വെച്ച കവിതകൾ എഴുതിത്തുടങ്ങി, മനസ്സിന്റെ മെമ്മറിയിൽ നിന്ന് കടലാസിന്റെ മാറിലേക്ക് പണ്ടുകാലത്തെപ്പോലെ പുസ്തകം പ്രസിദ്ധീകരിക്കാൻ പ്രസാധകരുടെ കുറവ് ഇപ്പോൾ ഇല്ലല്ലോ എന്ന മറ്റൊരു ആശ്വാസവും തോന്നി ,അങ്ങനെ ഒരുപറ്റം കവിതകൾ പുനർജനിച്ചു അതിൽ ചിലത് നവജാതരായിരുന്നു.

കവിത അതിന്റെ പൂർണ്ണതയിൽ എത്തണമെങ്കിൽ അത് വായിക്കുന്നവർക്ക് മനസ്സിലാകണമെന്ന് എനിക്കറിയാം അതുകൊണ്ട് സാധാരണക്കാർക്ക് പോലും (എന്നെപ്പോലുള്ളവർ)മനസ്സിലാക്കുന്ന രീതിയിലാണ് അവ കുറിച്ചിരിക്കുന്നത്. പലരും ചോദിച്ചു എന്തിനാണ് നീ ഇങ്ങനെ ചുമ്മാ കുത്തിക്കുറിക്കുന്നത്? ഞാൻ പറഞ്ഞു: **"ഇതൊരു അടയാളമാണ് ഞാനും ഈ ഭൂമിയിൽ ജീവിച്ചിരുന്നു എന്നുള്ള ഒരു അടയാളം വെറുതെ ജീവിച്ചു മരിക്കാൻ ആർക്കും പറ്റും പക്ഷേ നമ്മളെ മരിച്ചാലും ഓർക്കാൻ തക്കതായൊന്ന് ഈ ഭൂമിയിൽ എന്തെങ്കിലും വേണ്ടേ"**. എന്റെ ഈ സൃഷ്ടി യാഥാർത്ഥ്യമാക്കാൻ ഒരുപാട് പേര് എന്റെ

കൂടെ ഉണ്ടായിരുന്നു ഭവ്യ,ബിനു സാർ,
സുമിചേച്ചി,ശ്രീലക്ഷ്മി അങ്ങനെ പലരും.
പൗലോ കൊയിലോ പറഞ്ഞ
പോലെ:"നമുക്ക് ഒരു ആഗ്രഹമുണ്ടെങ്കിൽ
അത് സാധിക്കാൻ ഈ പ്രപഞ്ചം മുഴുവൻ
നമ്മുടെ കൂടെ കാണും" എന്ന വിശ്വാസം
എനിക്കുണ്ട്.
അവൾ എന്നെ നാമകരണം ചെയ്തത്
മറ്റൊന്നും കൊണ്ടല്ല സ്ത്രീകൾ അപലയാണ്
അവൾക്ക് വേണ്ടി ശബ്ദിക്കാൻ ആരുമില്ല
എന്നല്ലേ പറയാറ് ,ഇപ്പോൾ ഇല്ല കാരണം
രാജ്യഭരിക്കുന്നത് ധീര വനിതകളാണ്!.
എൻറെ ആദ്യ സൃഷ്ടി എനിക്ക് ജന്മം തന്ന
സ്ത്രീയിൽ നിന്നുതന്നെ ആയിക്കോട്ടെ എന്ന്
തീരുമാനിച്ചു.ഇതിൽ കൂടുതൽ സ്ത്രീകളെ
പറ്റിയുള്ള കവിതകളാണ് ആണുങ്ങൾ
മോശമായതുകൊണ്ടല്ല പണ്ടുതൊട്ടേ
മനസ്സിൽ ചേക്കേറിയ കവിതകളാണ്
പലതും,തോന്നിയ കാര്യങ്ങൾ വീണ്ടും
കുത്തിക്കുറിച്ചു എന്ന് മാത്രം. മൺമറഞ്ഞു
പോയ പൂർവികരെ നമിച്ചുകൊണ്ട് ഈ
എളിയ കവിത സമാഹാരം നിങ്ങൾക്ക്
സമർപ്പിക്കുന്നു, തെറ്റ് കുറ്റങ്ങൾ അനേകം
കാണും അത് അങ്ങനെ ആണല്ലോ തെറ്റിൽ
നിന്നാണ് പല ശരികളും പുനർജനിക്കുന്നത്

ആയതിനാൽ തെറ്റുകൾ ഉണ്ടെങ്കിൽ അത് മാപ്പാക്കി ഈ എളിയ എഴുത്തുകാരനെ പ്രോത്സാഹിപ്പിക്കണമെന്ന് അപേക്ഷിക്കുന്നു.

നിങ്ങൾക്ക് എൻ്റെ കവിത ലോകത്തേക്ക് സ്വാഗതം.

Acknowledgements

നമ്മുടെ ആഗ്രഹങ്ങൾ സഫലമാകുമ്പോൾ അതിനു പുറകിൽ അനേകം ആളുകളുടെ പ്രയത്നം കാണും ഉദാഹരണം പറഞ്ഞാൽ ഒരു സിനിമ ഹിറ്റ് ആവുന്നത് ഡയറക്ടറുടെ കഴിവുകൊണ്ട് മാത്രമല്ലല്ലോ അതുപോലെ തന്നെ ഒരു ബുക്ക് പബ്ലിഷ് ചെയ്യാനും എഴുതാനും ഒക്കെ കുറെ പേരുടെ സഹായങ്ങൾ ആവശ്യമായിവരും. ഈ ബുക്ക് പ്രസിദ്ധീകരിക്കാൻ പറ്റും എന്ന് പോലും എനിക്ക് സംശയമുണ്ടായിരുന്നു, കാരണം മറ്റൊന്നുമല്ല ഒരു പ്രസാധകനെ കിട്ടാൻ കുറേ തപ്പി അവസാനം പെൻസിൽ പബ്ലിഷേഴ്സിന്റെ വെബ്സൈറ്റിൽ എത്തിച്ചേർന്നു ഇന്റർനാഷണൽ ലെവലിലുള്ള ഒരു പ്രസാധകർ ആണ് പെൻസിൽ. തുടക്കക്കാർക്ക് പിച്ചവച്ച് നടക്കാൻ ഉതകുന്ന ഒന്ന്. വളരെ ലളിതമായി രീതിയിൽ പബ്ലിഷ് ചെയ്യാൻ പറ്റുന്ന ഒരു

പ്ലാറ്റ്ഫോം ബുക്കിന്റെ കവർ ഡിസൈൻ മുതൽ എഡിറ്റിഗ് വരെ ഇതില് ലഭ്യമായ ന്യൂനത ടൂളുകൾ ഉപയോഗിച്ച് പെട്ടെന്ന് ചെയ്തെടുക്കാം. **അവൾ**ലോകത്തിനു മുന്നിൽ തുറന്നുകാട്ടന് കൂടെ നിന്ന അനേകം ആളുകളുണ്ട് അഡ്വക്കേറ്റ് :ഭവ്യ ബിനു (എഡിറ്റർ)എല്ലാ കാര്യത്തിനും പിന്തുണ ഏകി ഫുൾ സപ്പോർട്ട് ആയിരുന്നു ഭവ്യ. എന്നും രാവിലെ ചോദിക്കും: അവൾ എവിടെ വരെയായി? അത് കേൾക്കുമ്പോൾ ഒരു പ്രോത്സാഹനമാണ് വീണ്ടും എഴുതാൻ പെട്ടെന്ന് ബുക്ക് പൂർണ്ണതയിൽ എത്തിക്കാൻ ഈ വേളയിൽ അതിനെല്ലാം നന്ദി രേഖപ്പെടുത്തുന്നു.

ശ്രീലക്ഷ്മി സോമൻ (എഡിറ്റർ) ബുക്ക് മൊത്തം പ്രൂഫ് റീഡ് ചെയ്ത് തെറ്റൊന്നും കൂടി ചേർന്നിട്ടില്ല എന്ന് പരിശോധിക്കൽ ആയിരുന്നു ലക്ഷ്മിയുടേത്. തനിക്ക് നൽകിയ കർത്തവ്യം വളരെ ശ്രദ്ധയോടുകൂടി നിർവഹിച്ചതിന് ഒരായിരം നന്ദി രേഖപ്പെടുത്തുന്നു.

സുമിമോൾ ചാക്കോ (എഡിറ്റർ) ചേച്ചിയുടെയും ജോലി പ്രൂഫ്‌റീഡിങ് ആയിരുന്നു എല്ലാം വളരെ കൃത്യതയോടുകൂടെയും

പിശക്ക് ഒന്നുമില്ല എന്ന് പരിശോധിച്ചു ഉറപ്പുവരുത്തി. ഈ വേളയിൽ ഞാൻ ചേച്ചിയോടും നന്ദി രേഖപ്പെടുത്തുന്നു. ഈ ജീവിതത്തിൽ സ്വപ്നം പോലും കണ്ടതല്ല ബുക്കുകൾ പബ്ലിഷ് ചെയ്യുമെന്ന് എല്ലാം വിധിയാണ് അത് നമ്മളെ തേടിവരും കാരണവന്മാരുടെ അനുഗ്രഹ ആശിർവാദങ്ങൾ തേടി എല്ലാവർക്കും ഞാൻ നന്ദിയും കൃതജ്ഞതയും രേഖപ്പെടുത്തുന്നു.

അവള്‍

ഉണരൂ ഉണരൂ സോദരിമാരെ അജ്ഞാനത്തിന്‍ ജ്വാലയില്‍ നിന്നും സ്വാതന്ത്ര്യത്തിന്‍ പൊന്‍കിരണങ്ങള്‍ ദര്‍ശിക്കൂ...

ഉദിച്ചുയരും ഇന്നിന്‍ മണ്ണില്‍ ഉലഞ്ഞിടാതെ ഇന്നിന്‍ വിണ്ണില്‍ ഒന്നായി കൈകോര്‍ക്കാം നാം ഒന്നായി കൈകോര്‍ക്കാം. നാം നമ്മില്‍ നല്‍കും വിശ്വാസത്തിന്‍ തത്വം പോലെ ഒന്നായി ചിന്തിക്കാം നാം ഒന്നായി ചിന്തിക്കാം.
ഒരു തീ ആയി ആളിക്കത്താം അലകളെ പോലും വാരിപ്പുണരാം.

നിശ

രപ

കാട്ടാര്‍

കാട്ടാറിന് കാല്‍ത്തള ഇട്ടതാരോ മുത്തണിക്കാട്ടിലെ മൂപ്പരോ മഞ്ഞണി കാട്ടിലെ തേവരോ. മലവെള്ളപ്പാച്ചിലില്‍ രുദ്രയാകും ചില നേരമെങ്കിലും ശാന്തമാകും പുലരിയില്‍ ഒഴുകും ശീലം നുണയാന്‍ കാട്ടുമൃഗങ്ങള്‍ ഓടിക്കൂടി നാദം കേള്‍ക്കാന്‍ കൊഞ്ചിക്കൊഞ്ചി കിളിക്കൂട്ടം മുളങ്കാട്ടില്‍ കുടികൊള്ളും നീ എന്തൊരു സുന്ദരി യുഗങ്ങള്‍ തോറും കവികള്‍ തന്നെ സ്നേഹിത

നിഴല്

പരപ

പറയാം

കക

ഓര്‍ക്കുക

ഒരുനാള്‍ മറയുമീ സൗന്ദര്യം മണ്ണായി മറയും ഉടലോടെ കാത്തുസൂക്ഷിച്ചൊര യൗവനവും കാലം കൊത്തിയെടുത്ത് വാര്‍ദ്ധക്യം എന്ന ഒര അവസ്ഥയില്‍ കൊണ്ടിടും. ജനനം മുതല്‍ യാത്രയാണി മരണമെന്ന സത്യത്തിലേക്ക് യാത്രയില്‍ വഴുതി വീണിടം ഉയര്‍ന്നെത്തിടാം വീണ്ടും യാത്ര തുടങ്ങേണ്ടതല്ലേ...

എന്റെഗ്രാമം

മഞ്ഞിൻ പുതപ്പ് മെല്ലെ മാറ്റി നാടിൻ
സുഗന്ധം ശ്വസിച്ച് വിണ്ണിൻ കാഴ്ചകൾ
കണികണ്ടുണരും എന്റെ ഗ്രാമം.
നാൽക്കാലികൾ നൃത്തമാടീടും,കിളികൾ തൻ
കൊഞ്ചലിൽ താളം പിടിച്ച് സൂര്യനോ
രസിച്ചിടും ഈ കാഴ്ചകൾ കണ്ടു
അടയിരിക്കും കോഴികൾ പോലും കൂകി
ഉണർത്തും ഗ്രാമത്തെ മണ്ണിൻറ്റെ മാറിൽ
പതുങ്ങി കിടക്കും തൻ യജമാനന്മാരെ
കുട്ടികൾ കുസൃതി കാട്ടും
പള്ളിക്കൂടമാണയാന് മാതാപിതാക്കൾ
ഓടിനടക്കും അവർക്ക് വേണ്ടി.

പ്രണയം

കക

അമ്പിളി

അമ്പിളിയിലെ വെള്ളിനിലാവിന് എന്തൊരു
ചന്തം ആ ചന്തം ഞാനൊന്ന് മോഹിച്ചു എന്‍
അമ്മയെ പോലെ ഞാന്‍ സ്നേഹിച്ചു,

ആ അമ്പിളിയുടെ സ്നേഹിതനെ ഞാന്‍
കണ്ടു ഒരു പുഞ്ചിരിയാല്‍ വിട വാങ്ങി
പിരിഞ്ഞു , ആ രാത്രിയില്‍ ഞാനൊന്ന്
ഓര്‍ത്തു ആ വെള്ളി ചന്ദ്രനെ ഞാന്‍ കണ്ടു

കരിവണ്ട്

മൂളിപ്പാറി മുത്തിക്കുടിച്ചവൾ പൂവിൻ
തേനിനെ മെല്ലെ നെഞ്ചോട് ചേർത്ത്.
മഞ്ഞുതുള്ളികൾ മെല്ലെ നീക്കി
തേൻകണങ്ങൾ തേടിയിറങ്ങി പൂവിൻ
സ്ഥിരകളിൽ മന്ദമാരുതൻ തഴുകി തലോടി
ഒരു കുളിർക്കാറ്റൂടെ ഏകി അവൾക്ക് നേരെ
ചെടികൾ കാറ്റിൽ ആടുന്ന ദിശയിൽ
നൃത്തമാടി ഈ ചെറു കരിവണ്ട്.

ആലപ്പുഴക്കാരിപ്പെണ്ണ്

മണ്ണിൻ മണമുള്ള പെണ്ണേ ആലപ്പുഴക്കാരി പെണ്ണേ പട്ടുടുത്ത് ഒന്ന് വായോ ആ പാടവരമ്പത്തിലൂടെ നങ്ങേലി അമ്മൂമ്മ പാടിയ പാട്ടിന് താളം പിടിച്ചൊന്നു വായോ നന്ദിനി പശുവിന്റെ നാദം മുഴങ്ങുന്ന മണി ശബ്ദം നീയത് കേട്ടോ. ചെമ്പട്ട് ചേറിൽ പുതയല്ലേ പെണ്ണേ ചെന്താമര പെണ്ണേ ഉണ്ണിയാർച്ചേ. ഉള്ളിലെ തേങ്ങലിൽ കാരണം നീ അത് മെല്ലെ ചൊല്ലാമോ?

നാരകം

ഞാൻ നട്ടു നനച്ചൊര നാരകചോട്ടിൽ
ഇത്തിരി നേരം ഇരിക്കാതെ പക്വതയേറിയ
നാരങ്ങ ഒന്നിനെ പൊട്ടിച്ചെടുത്തല്പ്പം ഉപ്പും
കൂട്ടി കഴിച്ചൊര നേരം.

ജീവിതസഖി

കക

കാലം

ബാല്യകാലം എരിഞ്ഞണഞ്ഞു യൗവനമോ
ഓടിത്തുടങ്ങി വാർദ്ധക്യം ദൂരെയല്ല
കാലമാകുന്ന മാന്ത്രികൻ ഭൂമിതൻ
കാലചക്രമോ അതിവേഗം തിരിച്ചു തുടങ്ങി.

തനിച്ചൊരാനേരം

കാനന വീഥിയിൽ നാൽക്കാലി മൃഗങ്ങൾ
റോന്ത് ചുറ്റുമ്പോൾ കാട്ടുചോല ഓരത്ത്
തനിച്ചൊരാ ബാലിക വേദിയിൽ കുളിച്ച്
നിൽക്കവേ ഭയങ്കര ചെഞ്ചുണ്ട്
കൂട്ടിമുട്ടിയിടുന്നു ചെല്ലുന്ന
ആശ്വാസമേകാൻ അമ്മയും കൂടെയില്ല
കാളിന്ദിയോരത്തെ കുടിലിൽ നിന്നായിരം
കാദങ്ങൾ ദൂരെയല്ലോ

കുടിയാന്

കുഴിക്കഞ്ഞിയും മുത്തിക്കുടിച്ച് കുടിയാൻ
തമ്പ്രാന്‍റെ വീമ്പുകൾ കേട്ടു നിൽക്കവേ
നാളെ പുലർച്ചെ തെക്കേ വയലിൽ
പണിപ്പെട്ട് കാളപൂട്ടിടുന്ന നേരം ഓർത്തു
നിന്നു അന്തിയാവോളം പണിയെടുത്ത്
വയൽക്കരയിൽ എത്തിടുമ്പോൾ തമ്പ്രാന്‍റെ
അരയാണ് വാങ്ങി മടങ്ങിടുന്നു
മുണ്ടുമുറുക്കി ഉടുത്തൊരാൾ കൂടിയാൽ
കുട്ടികൾ തൻ വിശപ്പിനെ ദിവസവും
കാളയെ പോലെ പണിയെടുക്കുന്നു
കുടിയാൻ റെ പെണ്ണിനെയും അപഹരിച്ചു
തമ്പ്രാൻ രാക്ഷസ രൂപയായി അവർക്കു
നേരെ അടക്കിപ്പിടിച്ചൊരു അസുഖങ്ങൾ
തോരാമഴയായി പെയ്തൊലിച്ചൊരു
കുടിലിൽ. കുടിയാൻ റെ പെണ്ണും
യാത്രയായി അങ്ങ് മാനത്തെ ചന്ദ്രന്‍റെ
മാറിൽ ഇത്തിരി പോന്നോരാബാല്യത്തിന്
കണ്ണീർ കണങ്ങൾ കണ്ടൊരാൾ കൂടിയ
തമ്പ്രാന്‍റെ ശിരസ്സോ വെട്ടി മാറ്റി ചോര

കണങ്ങള്‍ വാരിപൂശി തമ്പുരാന്‍റെ
ഇല്ലത്തിന് അലങ്കാരമേകി അലറി ഓടിയ
കുടിയാൻകൂട്ടം പിന്നീട് ആർത്ത വിളിച്ചു
ആ രാക്ഷസൻ മണ്ണായി എന്നറിഞ്ഞപ്പോൾ

കലാലയം

അന്നു നാം കണ്ടനാളിൽ മിഴി ഇതളുകൾ ഒന്നായി മാറിയമത്തിൽ പരസ്പരം അറിഞ്ഞതും കാറ്റിൻ മർമ്മരം ഏറ്റതും ഒരു സുന്ദര യാമമായി മാറി. ഇനി എന്നും നാം കാണും ആ കലാലയ നാളുകൾക്ക് ചിന്തേരിയിടുവാൻ. വർണ്ണശലഭങ്ങൾ വട്ടമിട്ടു പാറി നമുക്കുചുറ്റും കാടിളകി വന്നൊരു കാടത്തി പെണ്ണിൻ വെള്ളികൊലുസിന്റെ നാദം കണ്ണപ്പടത്തിന് ആശ്വാസം ഏകി. തെല്ലുളുപ്പില്ലാതെ മുത്തിക്കുടിച്ചു കാട്ടുചോലതൻ തെളിനീര്.

കണ്ണീരിര്‍ത്തുള്ളി

കണ്ണീരി റ്റു വരണ്ടൊരാ കണ്ണീര്‍ തടത്തില്‍ കരയാനില്ലിത്തിരി കണ്ണുനീര്‍ ബാക്കി. ഇരുളിന്‍ മറവില്‍ നാല്‍ക്കാലിയായി വന്നണയും പൊതിര് തല്ലിടും പല കാരണങ്ങള്‍ കാട്ടി. ഈ അടിമയാം ജീവിതം ജീവിച്ചുവരിച്ച ഒരു ആയിരം സ്ത്രീകള്‍ തന്‍ ശക്തി ആര്‍ജ്ജിച്ചവള്‍ തിരിച്ചു തല്ലി. അതുകണ്ട മാതാവ്ചോല്ലി നീയോ സ്ത്രീ പുരുഷനെ തല്ലിയവള്‍ ആവാസിക സ്ത്രീകള്‍ സ്ത്രീത്വത്തെ അപമാനിച്ചവള്‍. സ്ത്രീകള്‍ തന്‍ സ്ത്രീയെ അടിമകള്‍ ആക്കിടുന്നു.

അമ്മ

പൊൻ പ്രഭാതം പൊട്ടിമുളച്ചു കിഴക്ക്
ഉദിച്ചൊരാ സൂര്യഗണങ്ങൾ
അമ്പലമണികളിൽ നാദം മുഴക്കി
ആലിലയിൽ ഉറക്കം ഉണർന്നൊരാ
വെള്ളരിപ്രാവ്കുറുകി തുടങ്ങി മഞ്ഞു
കണങ്ങൾ ഇറ്റിറ്റു വീണ ഒരാൾ തറയും
ശുദ്ധമായി ഹോമകുണ്ഡത്തിൽ
നിന്നുയർന്നൊര തീനാളവും പെണ്ണിൻറെ
മാറിൽ സുഗന്ധം പൂശി സഹത്രാ ജനങ്ങൾ
കുമ്പിട്ട് തൊഴുന്നര അമ്മയും സന്തുഷ്ടയായി
മണ്ണിൻറെ മാറിൽ കാവലായി മാനവർത്തൻ
തണലായി മലയാള ദേശത്ത് മലയാലപ്പുഴ
അമ്മ കുടികൊള്ളുന്നു

ആ വീഥിയില്‍

നിത്യവും രാവിലെ അവള്‍ പോയി വരും
ആ വീതിയില്‍ ഒരു കാവലാളായി ഞാന്‍
കാത്തിരുന്നു. ഒരുനാള്‍ പോലും ഒരു
ചെറുപുഞ്ചിരി എനിക്ക് നേരെ ഏകയില്ല.
വേനലും വര്‍ഷവും കടന്നുപോയി ഞാനും
ആ വീതിയില്‍ ഏകനായി.

വസന്തം വന്നടുത്തു അവളാ വീതിയില്‍
പ്രത്യക്ഷയായി അന്നവള്‍ ഒരു
ചെറുപുഞ്ചിരി തൂകി എനിക്ക്
ആശ്വാസമേകി. പൂജയ്‌ക്കെടുക്കാത്ത ഈ
കാട്ടുപൂവിനും സ്നേഹബന്ധങ്ങള്‍ ബ്രഷ്ഡ്
അല്ല എന്ന് തോന്നി. പ്രണയം മുട്ടിട്ടു പൂവിട്ട്
പുഷ്പിച്ചു ഒരുനാള്‍ വന്നണഞ്ഞു
അസുഖവാര്‍ത്ത എന്‍ കണ്ണടത്തില്‍
ഇനിയില്ല അവള്‍ ഏതോ ക്രൂരമാം
ദൃഷ്ടിയില്‍ പെട്ട ഉടലോടെ പോയി ഈ
ഭൂമിതന്‍ മാറില്‍ നിന്ന്.

രാത്രിമഴ

രാത്രിമഴ പെയ്തു തോര്‍ന്നു രാവിന്‍
കിളികള്‍ പാട്ടു മൂളവേ ആ
ശുഭസുപ്രഭാതത്തില്‍ ഞാനൊന്ന്
ഓര്‍ത്തുപോയി എന്‍ ലോകമാതാവിനെ.

കാട്ടുപൂവ്

കാലിടറി ഓടുന്ന കാട്ടാള കൂട്ടത്തിൽ
ഏകയായി ഇന്നവൾ കേഴുന്നു അരുതരുത്
അബലയ ഈ പൂവിനെ തൊട്ടുതീണ്ടരുത്.
മന്ദമാരുതൻ പൂതി തോന്നി കൊടുങ്കാറ്റായി
അവൾക്ക് നേരെ പാഞ്ഞടുത്തു. കലിപൂണ്ട
കാനന ധാത്രിമാർ മാറോട് ചേർത്തു ആ
പാവം കാട്ടുപൂവിനെ.

രൗദ്രഭാവിനയം ധാത്രിമാർ ഉലയാതെ
ഉടലോടെ യാത്രയാക്കി കൊടുങ്കാറ്റിനെ.
ഇന്നവൾ ഏക അല്ല ധാത്രിമാർ തൻ
കാവലിൽ മൊട്ടിട്ട് പൂവിട്ട്
ആയിരം പെൺപൂക്കൾക്ക് മാതാവായി.
കാലം പൂഴ്ത്തിവെച്ച സൗഭാഗ്യം
വാരിച്ചൊരിഞ്ഞതാ കാലവർഷം വരവായി
ദാഹിച്ചു വരണ്ടൊരു തൊണ്ട നനഞ്ഞു
തുടങ്ങി
മുത്തിക്കുടിച്ചവൾ ആവോളം ജലം
നാളെയാ കെടുതിക്ക് മുന്നോടിയായി
വരുന്നുണ്ട് വേനലിൽ കാഠിന്യം ഇന്നേ

മറന്നാൽ അത് ആയിരം പേമാരിയായി ആഞ്ഞടിക്കും.

വേര്‍പാട്

അച്ഛന്‍ മരിച്ചൊര രാത്രിയില്‍ ഇരുളിനും
കാഠിന്യം ഏറിയിരുന്നു അമ്മതന്‍ മിഴിനീര്‍
മണ്ണിന്‍റെ മാറില്‍ പെയ്തിറങ്ങി ഞാനും
സോദരിയും വിങ്ങിപ്പൊട്ടിയഹൃദയവും
താങ്ങി പാടെ പിടിപെട്ടു നിന്നിരുന്നു.
വേര്‍പാടിന്‍ നേരം അറിഞ്ഞൊര
ആവേളയില്‍ ഞാനും ഒരു അന്ധനായി മാറി.
ഇനി എ)ന്ത് ചെയ്യും ഈ പാവം തനിച്ച്
ആരോട് രണ്ടെണ്ണ കാശിന്‍റെ അച്ഛന്‍റെ
ദേഹം മണ്ണിന്‍റെ മാറില്‍ പുതച്ചു
വയ്ക്കാന്‍. മാറി ആ വഴിവക്കില്‍ ഓരത്ത്
പൊട്ടിക്കരഞ്ഞു ആശ്വാസമേക്കാന്‍ ഒരു
കുളിര്‍ക്കാട്ട് പോലും തേടി വന്നില്ല
വാടിത്തളര്‍ന്നൊര വാതിലില്‍ നോരത്ത്
ഇത്തിരി കഞ്ഞി കണ്ണുനീരിന്‍ ഒപ്പിട്ട
രുചിച്ചു നോക്കി തൊണ്ട കുഴിയില്‍ നിന്ന്
ഇറങ്ങാതെ മടിയോടെ എപ്പോളോ തെന്നി
നീങ്ങി മരവിച്ചിരിപ്പാണ് ആ മൂന്നുപേരും
ഇന്ന് ആ വേള വീണ്ടും ഓര്‍ത്തിടുമ്പോള്‍

മഴ

മഴ ഒന്നിതാ മരണ താണ്ഡപം ആടിത്തുടങ്ങി
ഭീതിയിലാണ് ജനം ഇനിയുള്ള നാളുകൾ
ചിലപ്പോൾ പ്രേമമാകും ചിലപ്പോൾ
സ്വപ്നമാകും ചിലപ്പോഴേക്കും സർവ്വ ദിനം
നാശം വിതച്ചിടും

എന്റെപെണ്ണ്

പട്ടുനൂലിനാൽ തുന്നിയെടുത്ത് ഒരു ചെമ്പട്ട്
ചൂടി ചിന്താമഴയിൽ കരിമഷിപൂശി b
ചെഞ്ചുണ്ടിൽ ഇത്തിരി ചായം ചാലിച്ചൊരു
പെണ്ണ് ആ വഴി ഓലത്തോടെ നടന്നു നീങ്ങി
കാറ്റിന്റെ താളത്തിൽ തൂങ്ങിയാടുന്ന
കീശഭാരം തൻ കണ്ണിന് ആനന്ദമേകി
മന്ദമാരുതൻ പോലും തോറ്റുപോകും
പെണ്ണിൻറെ നട കണ്ടാൽ നോക്കി
നിന്നുപോകും എൻ മനം ചൊല്ലി അവൾ
നിൻറെ പെണ്ണ്

ഭര്‍ത്താവ്

തെല്ലൊരു ദുഃഖവും ഏല്‍പ്പിച്ചിടാതെ
കാത്തുകൊള്‍കാം ഈ ജീവന്‍ പൊലിയും
വരെ കാവിലെ തേവരെ കാട്ടിത്തരാം
നിത്യവും നീ അതില്‍ തല്‍പര യാണെങ്കില്‍
ഒരു ദുഃഖവും ഏല്‍പ്പിച്ചിടാതെ കൂട്ടിടം
എന്‍റെ ഓരോ യാത്രയിലും കനലയ്യുന്ന
മനം ഒന്ന് കാട്ടിത്തരുമോ അല്‍പം
ജലഗണങ്ങള്‍ ചെയ്യാന്‍ പിടയുന്ന ചൂടിന്
ഒരു ആശ്വാസമായി ഒരു തോരാമഴയായി നി
ഹൃദയത്തില്‍ എപ്പോഴും കാണാലോകങ്ങള്‍
കൂട്ടിടാം ആ യാത്രയില്‍ കൂട്ടായി
ജീവിതമാകുന്ന തോണിയില്‍ കയറി ഒന്നായി
തുടങ്ങിയിട്ട് വരെ

വിഷം

കൊത്തി പെറുക്കിയ അരിമണികൾ നിറയെ വിഷമുണ്ടെന്ന് ഓർത്തില്ല കിളികൾ. പുഞ്ചപ്പാടത്തെ നെൽക്കതിർ കാലനായി മാറും എന്നോർത്തില്ല പാറിപ്പറക്കും കിളിക്കൂട്ടം. ഒന്നിച്ചു നൂറായി പിടഞ്ഞുവീണു ഒരു തുള്ളി നീരിനായി ചിറകടിച്ചു വട്ടമിട്ട് പറന്നൊര ചെമ്പരുന്തിന് അന്തിക്ക് കൂട്ടാനായി ആയിരം കിളികൾ മരിച്ചുവീണു. കുത്തി പറിച്ചൊരു ചെമ്പരന്തം ആവോളം കഴിച്ചുതീർത്ത് ഓരോന്നായി വിശപ്പടക്കിയ ചെമ്പരന്തോ പറന്നു തുടങ്ങി അൽപനേരം കഴിഞ്ഞു ഭൂമിയിൽ പതിച്ചു വിഷം പൂണ്ട വിന്ന കിളികളെ ഭക്ഷിച്ച ചെമ്പരുന്തോ ചത്ത് വീണു

ശ്വാനദുഃഖം

ുപ്പു

ഒരുവട്ടംകൂടെ

ബാല്യം

❀❀❀

കണ്ണീരില് ഒരു ബാല്യം

ബന്ധങ്ങൾ

ലോലം

തിരുഓണപ്പുലരി

ഇണ

ഞാൻ പോയ വഴികൾ നീ പാതി തന്ന
കരുതൽ വിരിയും ആ ഓരോ കനൽ
വഴികൾ എനിക്ക് മുമ്പിൽ നിൻ തുണ
അകലെ പോയി മറഞ്ഞീടുകിൽ. തൂവെള്ള
പുതപ്പിൻ മറഞ്ഞൊരു പ്രണയം
മരണത്തിന്റെ മണമൊന്ന് ഏകി എനിക്ക്
മുമ്പിൽ കരുതിയിടാതെ വന്നു ഒരാഹം
കണ്ണീർ ദിനങ്ങൾ എനിക്ക് നൽകി ഇണയെ
പിരിഞ്ഞൊരു ആൺ കിടാവ് ഹൃദയത്തിൻ
താളവും തെറ്റി കനവിന്റെ മാറിൽ
കിടന്നുറങ്ങി നീ തന്ന ഓർമ്മകൾ
വാരിപ്പുണർന്ന ഓരോ രാവും തൂവെള്ള
നിറവും നയികി ഇനി വരുമോ നീ
എനിക്കുമുമ്പിൽ എന്നിലെ സങ്കടക്കടലിൽ
അലയായ് എന്നെങ്കിലും

ഇരുരു

ഇരുരു

ൌ

ൌൌ

നവ

മന

ര∘∘ം

Notes

9 789356 670914